NGÀY XƯA Ở QUÊ HƯƠNG TÔI

ONCE IN VIETNAM

CHIẾC NỎ THẦN
**A Magic Cross-Bow
and other stories**

Author   **Trần Văn Điền**

Illustrator   **Kim Bằng**

National Textbook Company
a division of NTC/CONTEMPORARY PUBLISHING COMPANY
Lincolnwood, Illinois USA

Vietnamese Readers
CỔ TÍCH NHI ĐỒNG—Folk Tales for Children
SỰ TÍCH CON CHIM BÌM BỊP
(Story of the Bird Named Bim Bip
and other stories)
CON QUẠ VÀ CÂY KHẾ
(The Raven andThe Star Fruit Tree
and other stories)
GIÓ BẮC VÀ MẶT TRỜI
(The North Wind and the Sun
and other stories)
MỐI TÌNH NGƯU LANG VÀ CHỨC NỮ
(The Bridge of Reunion
and other stories)
CHIẾC NỎ THẦN
(A magic cross-bow
and other stories)
THANH GƯƠM GÃY
(The Broken Sword
and other stories)

ISBN: 0-8442-6111-4

Published by National Textbook Company,
a division of NTC/Contemporary Publishing Company,
4255 West Touhy Avenue,
Lincolnwood (Chicago), Illinois 60646-1975 U.S.A.
© 1983 by NTC/Contemporary Publishing Company

8 9 ML 9 8 7 6 5

MỤC LỤC

★ ★ ★

CONTENTS

SỰ TÍCH "CON RỒNG CHÁU TIÊN"

Theo dã sử Việt-Nam, cách đây hơn bốn ngàn năm, ông vua thứ hai của họ Hồng Bàng là Lạc-Long cưới bà Âu-Cơ đẻ ra một bọc trăm trứng nở ra một trăm người con trai.

Nhưng vì Lạc-Long-Quân thuộc dòng giống Rồng mà Âu-Cơ thuộc dòng dõi Tiên nên hai người không sống với nhau được lâu. Một hôm Lạc-Long Quân nói với vợ:

★ ★ ★

THE LEGEND OF
THE VIETNAMESE ROOTS

According to legendary sources, over four thousand years ago there lived a king named Lac-Long who descended from a dragon. He married a fairy named Au-Co and had with her a brood of one hundred sons hatched from one hundred eggs.

Due to racial differences, they could not live a happy life together. One day king Lac-Long said to his wife:

– Bà hãy lên núi, để tôi xuống biển. Trước khi chia tay, chúng ta nên chia số con ra cho đều. Một nửa đi theo tôi, một nửa đi theo bà.

Nói xong Lạc-Long Quân đem năm mươi con xuống biển, còn Âu-Cơ dẫn năm chục đứa lên núi.

Sau này, Lạc-Long Quân phong người con trưởng lên làm vua nước Nam lấy hiệu là Hùng-Vương, quốc hiệu Văn-Lang, đóng đô ở Phong Châu, nay thuộc tỉnh Vĩnh-Yên.

★ ★ ★

"Please go to the mountains. As for me, I prefer the sea, but before we separate, let's divide our children equally between us."

Then King Lac-Long took fifty of his sons down to the sea. The other half accompanied their mother up to the mountains.

Later on, King Lac-Long put his first son on the throne with the title of Hung-Vuong. King Hung-Vuong named the country Van-Lang, and chose Phong Chau (now Vinh-Yen) as his royal seat.

Do sự tích này, người Việt ngày nay còn xưng mình là "con Rồng cháu Tiên".

★ ★ ★

Today, the Vietnamese still claim they are "the offspring of a dragon and a fairy."

MỐI TÌNH TUYỆT VỌNG

Ngày xưa có một cô gái đẹp tuyệt trần tên là Mỵ-Nương. Nàng là con nhà quan, quanh năm sống cuộc đời âm thầm lẻ loi, xa cách thế giới bên ngoài.

Ngày ngày, Mỵ-Nương ngồi trên lầu nhìn bóng con thuyền nhỏ trôi lướt trên dòng sông. Mỵ-Nương không nhìn thấy rõ mặt người chèo thuyền, nhưng tiếng hát từ dòng sông theo gió đưa lên nghe sao mà quyến rũ gợi tình. Những ngày

★ ★ ★

A HOPELESS LOVE

Once upon a time there was a beautiful girl named My-Nuong. She was a mandarin's daughter who lived in seclusion and solitude all the year round.

Every day My-Nuong looked down from her palace and saw a boat passing by on a river. She could not see the boatman's face, but she could hear his song floating through the air. His voice was so inviting and exciting! On days when she

9

không thấy bóng con thuyền lướt qua hoặc không nghe tiếng hát êm ái từ dòng sông vọng lên, Mỵ-Nương tự nhiên cảm thấy buồn. Nàng âm thầm thương nhớ anh chàng chèo thuyền, người mà nàng chưa bao giờ gặp mặt. Ngày tháng trôi qua, nàng thương nhớ người tình không quen biết đến độ ngã bệnh.

★ ★ ★

did not see the boat or hear the melodious song, she felt unusually sad. She secretly loved the boatman though she had never met him. As time went on, she longed for him so much that she fell sick.

Thấy sức khoẻ con gái mỗi ngày một suy yếu, quan lo lắng đêm ngày tìm thầy chạy thuốc. Bệnh tình Mỵ-Nương mỗi ngày một nặng thêm mà không ai tìm ra được nguyên do. Nhưng lạ thay, vào một đêm khuya, người ta thấy nàng tươi hẳn nét mặt và lành bệnh. Thì ra, nàng vừa nghe lại được tiếng hát anh chàng chèo thuyền từ dưới dòng sông vọng lên.

Con đầy tớ gái của Mỵ-Nương là người duy nhất hay cớ sự. Nó đem truyện đó bẩm lên quan. Ông liền cho người đi tìm chàng lái đò đem vào tư dinh.

★ ★ ★

The mandarin worried about his daughter's declining health. Day and night he looked for the best physicians in the country to treat her, but her sickness became more and more serious and nobody could diagnose it. Late one night, she suddenly looked happy and miraculously recovered from her illness. She had just heard the boatman's song rising again from the river.

My-Nuong's maid was the only person who knew the reason for her recovery. She told the story to the mandarin. Upon hearing this, he sent for the boatman and had him brought into his

Chàng tên là Trương Chi, xấu xí và nghèo mạt.
Gặp Trương Chi, quan thất vọng hoàn toàn.
Trương Chi ở lại nhà quan săn sóc Mỵ-Nương và
hát ru nàng ngủ. Sau cùng, bệnh nàng khỏi hẳn.
Nhưng, cũng từ đó, chàng đâm ra si tình.

★ ★ ★

*palace. His name was Truong-Chi, a poor and
ugly-looking young man. The mandarin was very
disappointed when he saw him. Truong-Chi stayed
in the palace to take care of My-Nuong and to lull
her to sleep with his soothing song. Finally, she
was fully recovered, but then he became sick.*

Biết rằng đây chỉ là một mối tình tuyệt vọng, chàng chán nản ra về. Chàng chèo thuyền đến giữa sông rồi nhảy xuống dòng nước tự tử. Hồn Trương Chi nhập vào một cây mọc trên bờ.

Một hôm, quan đi dạo chơi, trông thấy cây gỗ quí, liền cho người dẫn về tiện một bộ đồ trà thật đẹp. Những lúc nhàn rỗi, ông và người con gái lại đem bộ đồ trà ra uống.

★ ★ ★

Knowing this was just a hopeless love, he dejectedly went home. He then drove his boat offshore and jumped into the river, drowning himself. His soul went into a tree which was growing on the riverside.

One day during a trip, the mandarin saw the rare tree. He had it cut down and had a beautiful set of tea-cups made out of its precious wood.

The mandarin and his daughter usually drank tea from those cups while idling away their leisure time.

Mỗi khi nâng tách, Mỵ-Nương lại thấy bóng con đò thấp thoáng hiện ra dưới đáy tách. Vì quá thương nhớ Trương Chi, nàng òa khóc. Nước mắt nàng nhỏ giọt xuống tách, tức thì cái tách tan ra thành nước.

★ ★ ★

Whenever My-Nuong held her cup to her lips, she saw the shadow of a small boat at the bottom of her cup. The image made her miss Truong-Chi so much that she started to cry. Her tears fell into the cup and the cup melted away.

CHIẾC NỎ THẦN

Thời vua An-Dương-Vương, dân chúng xây thành Cổ-Loa ngăn chặn giặc phương Bắc. Xây mãi không xong, nhà vua bèn lập đàn cầu tế. Trong lúc đó, một vị thần hiện ra dưới hình con rùa vàng - tục gọi là thần Kim-Quy - và dạy nhà vua cách xây thành. Thành xây xong, thần Kim-Quy còn tặng nhà vua chiếc nỏ thần đề bắn địch.

★ ★ ★

A MAGIC CROSS-BOW

During the reign of King An-Duong-Vuong, the fortress of Co-loa was built to keep out the invaders from the North. After several attempts to build the fortress, the King still could not succeed. He then set up an altar to offer gifts and prayers to Heaven. During the worship service, a spirit in the form of a golden turtle – commonly known as Kim-Qui – appeared to the King and showed him how to build the fortress. After the fortress was built, the spirit of Kim-Qui also gave the King a magic cross-bow to fight with.

Giặc phương Bắc lại ùn ùn kéo quân xâm nhập nước ta, nhưng lần nào cũng rước lấy thảm bại. Tướng giặc là Triệu Đà vô cùng tức giận. Hắn bèn nghĩ ra một kế. Xin giao hòa với nước ta rồi sai con trai là Trọng-Thủy sang cầu hôn với con gái vua An-Dương-Vương tên là Mỵ-Châu. Thâm ý của Triệu-Đà là sẽ dùng con trai mình làm mật thám trong việc đánh chiếm nước ta.

★ ★ ★

The enemy made several attempts to cross the border, but they could not achieve their goal. General Trieu-Da was very upset because of repeated failures, so he contrived a tricky scheme. First he offered to sign a peace-treaty with our country. Then he sent Trong-Thuy, his son, to our country to ask for the hand of King An-Duong-Vuong's daughter, named My-Chau. Trieu-Da's secret plan was to use his son as a spy in his effort to conquer our country.

Ngay tỉnh, vua An-Dương-Vương chấp thuận điều nghị-hòa và bằng lòng nhận lời cầu hôn của Trọng-Thủy. Trong lúc hàn huyên, Mỵ Châu kể lại cho chồng nghe chuyện xây thành Cổ-Loa và chiếc nỏ thần. Một hôm, nhân lúc Mỵ Châu sơ ý, Trọng Thủy lấy trộm chiếc nỏ thần và thay một chiếc giả vào đó, rồi xin phép vua An Dương Vương về thăm cha mẹ.

Lúc ra đi, Trọng Thủy căn dặn vợ:

— Trong lúc anh vắng nhà, nếu có chiến tranh, em hãy mặc áo lông ngỗng vào. Khi chạy giặc, em đừng quên rắc lông ngỗng xuống đường. Anh sẽ theo vết lông ngỗng đi tìm em.

★ ★ ★

King An-Duong-Vuong accepted the offer, and agreed to give his daughter to Trong Thuy. As Trong-Thuy's wife, My-Chau confidentially told him everything about the building of the fortress and also the story of the magic cross-bow. One day, Trong-Thuy took the magic bow without his wife knowing it, and replaced it with an ordinary bow. He then asked King An-Duong-Vuong for permission to go home and see his parents.

Before his departure, Trong-Thuy cautioned his wife:

"If war happens before I get back, put on a goose-feather coat. While you are escaping, remember to scatter feathers from it along the road so that I can follow you".

Về tới nhà, Trọng Thủy liền giao chiếc nỏ thần cho cha. Nắm được chiếc nỏ thần trong tay, Triệu Đà lập tức kéo quân sang đánh nước ta. Thấy giặc kéo đến, An Dương Vương không tỏ vẻ sợ hãi, bình tĩnh lấy nỏ thần ra bắn. Nhưng lạ thay, đoàn giặc vẫn ào ào xông tới trước các mũi tên bắn ra. Nỏ thần đã trở thành vô hiệu. Hoảng sợ, nhà vua bèn ôm Mỵ Châu lên sau yên ngựa chạy trốn về hướng Nam.

Đến núi Mộ Dạ cụt đường, nhà vua định tự tử thì thần Kim Quy hiện lên bảo:

★ ★ ★

Trong-Thuy went home and gave the magic cross-bow to his father. With the magic bow in his hands, Trieu-Da did not hesitate to lead his troops into our country. At the sight of the approaching enemy, King An-Duong-Vuong showed no fear. He calmly took out his cross-bow and started shooting arrow after arrow. But to his surprise, the enemy kept advancing. The magic cross-bow seemed to be powerless. Frightened, he hurriedly pulled My-Chau on to his horse, and fled with her to the South.

The escape-road led to a dead-end at the foot of Mount Mo-Da. The King was about to kill himself when the spirit of Kim-Qui appeared, saying:

- Tâu Bệ Hạ, giặc ngồi ngay sau lưng Bệ Hạ kìa!

An Dương Vương quay lại, thấy Mỵ Châu liền rút gươm chém đứt đầu con gái. Sau đó, nhà vua phi ngựa nhảy xuống biển tự tử.

★ ★ ★

"Your Majesty, don't you know your enemy is right behind you?"

The King turned back and saw his daughter still sitting behind him. He then took out his sword and beheaded her. After that, he jumped into the sea and drowned himself.

22

Theo dấu lông ngỗng, Trọng Thủy tới được chân núi Mộ-Dạ thì thấy Mỵ Châu chỉ còn là một cái xác không hồn.

Quá hối hận về việc mình đã làm, Trọng Thủy ôm xác vợ khóc nức nở, rồi gieo mình xuống một cái giếng gần đó.

Hiện nay gần thành Cồ-Loa (Bắc Việt) giếng đó vẫn còn. Khách bộ hành đi qua dừng chân nhìn xuống đáy giếng nước trong veo, không khỏi bùi ngùi nhớ lại câu chuyện thương tâm của cặp vợ chồng Mỵ-Châu Trọng-Thủy.

★ ★ ★

Following the goose-feathers, Trong-Thuy also reached the foot of Mount Mo-Da, only to find the lifeless body of My-Chau.

He held her in his arms and broke into hot, regretful tears. He then jumped into a nearby well and killed himself.

At present, the well is still there, near the fortress of Co-Loa. When pedestrians pass by, they usually stop at the well and look down into its crystal-clear water, thinking of the tragic fate of the young couple.

NGƯỜI ĐẸP TRONG TRANH

Ngày xưa ở làng Bích-Câu có một học sinh tên là Tú-Uyên. Ngay từ hồi nhỏ cậu đã phải sống cuộc đời nghèo khó vì cha mẹ đều mất sớm. Cậu rất thông minh và chăm học nên được mọi người thương mến.

Một hôm đi dự lễ ở chùa về, Tú-Uyên thấy một người con gái đẹp tuyệt trần đứng dưới gốc cây đa gần Chùa Tiên Tích. Cậu tiến lại gần hỏi truyện. Chẳng mấy chốc hai người quen nhau. Cùng đi với nhau được một quãng đường thì người con gái

★ ★ ★

THE PAINTING OF A BEAUTIFUL GIRL

Long ago, in the village of Bich-Cau lived a student named Tu-Uyen. He had lived in misery and poverty, because his parents died when he was still a little boy. But everybody loved and respected him for his intelligence and studiousness.

One day, Tu-Uyen went to the pagoda. On the way home, he saw a beautiful girl standing at the foot of a banyan - tree near Tien-Tich pagoda. He came up and tried to talk to her. After they had walked together for a moment, the girl suddenly

biến mất. Bấy giờ Tú-Uyên mới biết nàng là tiên. Cậu về nhà và bị hình ảnh người đẹp ám ảnh đêm ngày nên mắc bệnh ốm tương tư, không thuốc nào chữa khỏi.

Một đêm, Tú-Uyên nằm mộng thấy một tiên ông hiện ra phán bảo:

– Sáng mai con hãy đến Cầu Đông trên sông Tô-Lịch thì gặp người đẹp mà con hằng tưởng nhớ.

Tỉnh dậy, Tú-Uyên vui vẻ chạy ra cầu, nhưng cậu chẳng thấy người đẹp đâu cả. Đứng thơ thần một hồi lâu, cậu định bỏ về thì một ông già bán tranh đi tới. Thấy một bức tranh vẽ người thiếu nữ

★ ★ ★

disappeared. Only then did he realize that she was a fairy. Back home he was haunted by her beauty and he became incurably love-sick.

One night in a dream, Tu-Uyen saw a genie appear before him.

"Tomorrow-morning," the genie said, "Go to the East-Bridge over the To-Lich river. There you will meet the beautiful girl of your dream.

When Tu-Uyen woke up, he rushed to the bridge hoping to find the girl, but she was nowhere to be seen. He stood there for a long time, and just as he was about to go home, an old art merchant came up. The merchant had a

giống như người mình đã gặp, cậu liền mua về treo ở phòng học cho đỡ nhớ. Mỗi bữa ăn, cậu cũng đặt hai cái chén, hai đôi đũa và tưởng tượng như mình cùng ngồi ăn với người đẹp trong tranh như đôi vợ chồng vậy.

Một hôm đi học về, Tú-Uyên ngạc nhiên thấy mâm cơm đã dọn sẵn. Cậu nhìn lên bức tranh thì thấy như người thiếu nữ đang mỉm cười với mình. Ngày hôm sau, cậu giả vờ đi học, rồi đứng núp ở ngoài của sổ nhìn vào trong nhà thì thấy người thiếu nữ từ trong tranh bước ra.

Không bỏ lỡ cơ hội, Tú-Uyên liền xông vào nhà và hỏi:

★ ★ ★

painting of a beautiful girl who looked exactly like the one Tu-Uyen had met. He immediately bought it, took the painting home, and hung it in his study. Before he ate he always put two bowls and two pairs of chopsticks on the table. He pretended he was going to eat with her just as if he were eating with his wife.

One day, when Tu-Uyen came home from school, he was surprised to find that dinner was ready on the table. As he looked up at the painting, he had the feeling that the girl was smiling at him. The next day, he pretended to go to school. But then, he came back and hid beside the window to peek into the house. He saw the girl step out of the painting. He rushed into the house, asking:

   - Có phải nàng là người ta đã gặp trước đây ở gốc cây đa gần chùa Tiên Tích?

   Người thiếu nữ mỉm cười trả lời:

★ ★ ★

   "Are you the girl I have met at the foot of the banyan-tree near Tien-Tich pagoda?"

   The girl smiled.

- Phải, tên em là Giáng Kiều. Em từ trên cung tiên xuống đây. Chúa tiên cảm động vì mối tình của chàng đối với em nên mới cho phép em xuống hạ giới kết duyên cùng chàng.

Từ đó, hai người sống với nhau như đôi vợ chồng. Không bao lâu, vợ chồng sinh được một đứa con trai đặt tên là Trần-Nhi. Sau khi nuôi Trần Nhi khôn lớn, Giáng-Kiều nói với Tú-Uyên:

- Cuộc sống ở hạ giới này thật là vắn vỏi. Sống được một trăm năm là nhiều. Chúng mình nên đưa nhau lên ở cung tiên là hơn.

★ ★ ★

"Yes!" she answered, "My name is Giang-Kieu. I am from fairyland. Touched by the kind of love you have for me, the God of the fairies has allowed me to come down here to marry you."

They lived together as husband and wife. They had a son named Tran-Nhi. When Tran-Nhi grew up, Giang-Kieu said to Tu-Uyen:

"Life on earth is so short. It lasts less than one hundred years. So let us go and live in fairyland."

Nói xong, nàng đưa cho Tú-Uyên một viên thuốc và một đạo bùa. Sau đó, hai con hạc từ trên cao hạ xuống chở hai vợ chồng về trời.

★ ★ ★

Then she gave Tu-Uyen a pill and a charm. Two cranes flew down and carried both of them up to Heaven.

DUYÊN SỐ

Đời vua Hùng Vương ở làng Chử Xá có hai cha con rất nghèo đói, sống chung với nhau dưới một mái nhà tranh. Chẳng may nhà cháy, quần áo đồ đạc bị thiêu hủy ra tro. Hai cha con đành phải đi ăn xin, ngày đêm lang thang ở đầu đường xó chợ. Quần áo lâu ngày bị rách hết. Hai cha con chỉ còn một cái khố chung nhau. Khi nào người cha đi ăn xin thì đóng khố vào, người con tên là Chử-Đồng-Tử phải núp sau bụi cây hoặc nhảy xuống sông để che thân.

★ ★ ★

AN EVENT OF DESTINY

During the reign of King Hung-Vuong in the village of Chu-Xa there were a very poor man and his son. They lived together under the same roof. Unluckily their thatch-house caught fire and everything in it was burned into ashes. After this tragic event, they had to wander through the countryside day and night begging for food. When their old clothes wore out, they had to share a loin-cloth. Thus when the father went out with the loin-cloth on, his son, Chu-Dong-Tu, had to hide behind a bush or jump into a river since he had no clothes.

Ít lâu sau, người cha bị bệnh nặng. Trước khi chết, ông ân cần dặn con:

– Sau khi ba chết, con cứ để ba ở truồng mà chôn. Chiếc khố này là của con. Con hãy giữ lấy để che thân.

★ ★ ★

Later on, the father became seriously ill. He called his son to his deathbed.

"After I die," he said in earnest, "Bury me without any clothes, son! The loin-cloth is yours. Keep it for yourself!"

Chủ-Đồng-Tử là một người con có hiếu. Cậu không nỡ để cha ở truồng mà chôn. Sau khi đóng khố cho cha và lo việc mai táng xong, Chủ-Đồng-Tử không còn một vật gì che thân. Hằng ngày cậu phải ngâm mình dưới sông để xin ăn các thuyền bè qua lại. Cuộc sống thật là cơ cực.

Chu-Dong-Tu was a dutiful son and he could not bear the idea of his father being buried without clothes. So he buried him with the loin-cloth. Then he was forced to submerge in a river, begging for food from the travelling boats. What a miserable life!

Một hôm, có đoàn thuyền nhà vua đi ngoạn cảnh qua làng Chử-Xá. Chử Đồng-Tử đang ngâm mình dưới sông thấy cảnh tấp nập bèn hoảng sợ chạy vào bờ vùi mình dưới bãi cát. Con gái vua Hùng Vương là Công Chúa Tiên-Dung đi tới đó thấy phong cảnh hữu tình liền ra lệnh cho thuyền ngừng lại và sai lính quây mùng trên bãi cát sạch để tắm. Bãi cát đó lại đúng là chỗ Đồng-Tử đang núp. Công Chúa Tiên Dung dội nước tắm làm cát trôi đi để lộ ra một chàng thanh niên trần như nhộng đang nằm ở phía dưới.

★ ★ ★

One day, the King and his escort went sightseeing by boat. The royal fleet happened to pass the village of Chu-Xa. Alarmed by the commotion, Chu-Dong-Tu rushed to the riverside and buried himself in the sand. Delightfully impressed by the natural beauty of the surroundings, King Hung-Vuong's daughter, named Tien-Dung, wanted to stop so she might have a private bath. She had her guard set up a tent right on spot where Dong-Tu hid. During the bath, the water she poured down washed the sand away, revealing the young man who was hiding.

35

Coi đó là duyên số, công chúa Tiên Dung mặc
quần áo đẹp cho Chử Đồng-Tử và quyết định lấy
Chử làm chồng.

★ ★ ★

*The princess considered that this was an event
of destiny, and so she got beautiful clothes for
Chu-Dong-Tu and decided to marry him.*

Nghe tin đó vua Hùng Vương nổi giận vì ngài cho là con gái mình đã làm nhục gia đình. Một nàng công chúa không bao giờ có thể lấy một người chồng hèn mạt như vậy được. Vua liền sai lính đi gọi công chúa về chịu tội. Nhưng Tiên Dung nhất định ở lại làng Chử-Xá chung sống với Chử-Đồng-Tử.

Người ta đồn rằng sau nầy vợ chồng Chử-Đồng-Tử Tiên-Dung trở thành tiên. Khi lính nhà Vua tiến đến bờ sông định cướp công chúa đưa về cung điện thì được nhìn thấy tận mắt Chử Đồng-Tử và Tiên-Dung đang từ từ bay lên trời.

★ ★ ★

The news made the King angry. It was really an insult to the royal family. A king's daughter could never marry such a poor, low-class person. The King ordered his soldiers to seize her and bring her back to be punished. But Tien-Dung had made up her mind. She wanted to stay at the village of Chu-Xa and live for ever with Chu-Dong-Tu.

According to tales that are told, the young couple became fairies. When the royal troops reached the riverside in pursuit of the princess, they saw the two young people slowly rising up to Heaven.

TÌNH HUYNH ĐỆ THẮM THIẾT

Đời vua Hùng Vương có hai anh em nhà họ Cao giống nhau như đúc. Dân trong làng không ai phân được người nào là anh, người nào là em.

Anh tên là Tân; em tên là Lang.

Tình huynh đệ giữa Tân và Lang thật là thắm thiết. Tân đã có vợ nhưng Lang vẫn ở vậy, mặc dù cha mẹ đã nhiều lần khuyên dục. Lang không chịu lấy vợ vì nghĩ rằng một khi đã có gia đình, mình khó có thể chung sống với anh.

★ ★ ★

THE MAGIC OF BROTHERLY LOVE

During the reign of King Hung-Vuong lived two brothers of the Cao family. They looked so much alike that nobody in the village could tell which one was older and which one was younger.

The elder brother was Tan; the younger one was Lang.

The brotherly love they had for each other was very strong. Tan was a married man, but Lang remained single. His parents often told him to marry, but Lang did not want to follow his parents' advice because he thought he could not live with his brother if he had a family of his own.

Một hôm, hai anh em cùng vào rừng săn bắn. Trời xế chiều, Lang mệt mỏi xin phép anh về trước. Tới nhà, Lang thấy nàng Lưu-Xuân-Phù, tức vợ người anh, đang ngồi tựa gốc cây chờ chồng. Thấy Lang, nàng tưởng lầm là chồng mình, chạy ra ôm hôn nồng nhiệt. Lang thẹn thùng đẩy nàng ra rồi âm thầm bỏ nhà đi. Chàng đi, đi mãi ngày đêm mà không biết mình đi đâu. Chàng đi không ngừng nghỉ tới lúc quị xuống vì mệt lả. Xác chàng biến thành một hòn đá lớn nằm bên bờ sông.

★ ★ ★

One day, the two brothers went hunting in a forest. Late in the afternoon, Lang felt tired and told his brother he was going home. When he got there, he saw Luu-Xuan-Phu, his brother's wife, sitting at the foot of a tree, waiting for her husband. She mistook Lang for her husband and then ran up to embrace him tenderly. Not understanding, he pushed her aside and walked away without a word. Day and night, he walked and walked without even knowing where he was going. He walked on and on until he collapsed from exhaustion. His body was turned into a big rock lying at a river.

Tân đi săn về, nghe vợ thuật lại câu chuyện, buồn quá, suốt đêm thẫn thờ ngồi chờ em. Đợi tới sáng hôm sau vẫn chưa thấy bóng em về, chàng liền bỏ vợ ra đi tìm em. Nhưng biết tìm nơi đâu. Chàng đi, đi mãi đến bờ sông thì kiệt sức đi không được nữa. Chàng liền qui xuống bên hòn đá mà chết. Xác chàng biến thành cây cau xanh tốt.

★ ★ ★

When Tan came home and heard his wife's story, he dejectedly sat down to wait for his brother . He waited and waited until the next morning, but his brother did not come back. He then left his wife to search for his brother. He went on and on, not having the slightest idea where to look. When he reached the river, tired from walking, he slumped down on the rock and died. His body was transformed into a green areca-tree.

Lưu-Xuân-Phù ngồi nhà đợi chồng. Đợi hoài không thấy chồng về, nàng bỏ nhà ra đi. Nàng đi tới bờ sông thì mệt quá ngã quị xuống bên hòn đá và chết ngay tại đó. Xác nàng biến thành một thứ giây leo mọc quấn quít bên cây cau. Về sau người ta gọi cây ấy là cây trầu.

Mấy năm sau, cả vùng gặp hạn hán, cây cỏ đều bị héo úa, duy có cây cau và cây trầu là vẫn còn xanh tươi. Tin đồn lan rộng. Dân trong vùng kéo đến lập đền cúng vái.

★ ★ ★

Luu-Xuan-Phu waited at home for her husband to return. Finally she left the house to look for him. She, too, got to the river, fell at the rock and died instantly from exhaustion. Her body changed into a plant climbing around the areca tree. The plant was called the betel.

Many years later, that region suffered from a severe drought. Trees and plants died but the areca-tree and the betel plant stayed green. People from neighboring villages heard about this and came to set up a temple and to offer gifts and prayers.

Một hôm vua Hùng Vương đi qua đó. Ngài dừng lại bên hòn đá, tỉa một lá trầu đưa lên miệng nhấm thì thấy cay cay. Ngài liền hái trái cau ăn với trầu thì vị cay biến thành ngọt dịu. Nhà vua nhổ nước cốt xuống trên hòn đá thì chất nước trở màu đỏ thẫm. Thấy vậy nhà vua liền quảng bá cho dân chúng dùng ba thứ đó. Từ đấy nước ta có tục ăn trầu trong những cuộc tương giao. Vì thế mới có câu: "Miếng trầu là đầu câu chuyện."

★ ★ ★

One day, King Hung-Vuong toured the country and happened to pass by. He stopped at the rock, plucked a betel-leaf and munched it. The leaf tasted slightly hot, so he quickly picked an areca-nut to chew. The hot taste became sweet in his mouth. When he spit out the mixture on the rock, to his surprise it turned intensely red. Impressed by this, the King decided to publicize the use of these three ingredients among his people. Thus the practice of chewing betel in social gatherings was introduced in our country, and ever since there has been a popular saying: "Chewing betel is a good way to say Hello."

ANH HÙNG DÂN TỘC

Đời Hùng Vương có một người đàn bà tuy đã nhiều tuổi nhưng vẫn chưa chồng. Một hôm bà ra thăm đồng tình cờ dẫm lên vết chân một người khổng lồ. Từ đó bà mang thai và sinh hạ được một đứa con trai bụ bẫm. Bà đặt tên con là Gióng. Đã ba tuổi mà Gióng vẫn nằm ngửa đòi ăn. Nó không biết lật, biết ngồi, cũng không biết nói biết cười gì cả.

★ ★ ★

A LEGENDARY HERO

During the dynasty of Hung-Vuong there lived an old spinster. One day when she went to the rice-fields, she happened to walk on the print of a Big-foot and soon after, she gave birth to a chubby baby and named him Giong. When the boy was three years old, he still lay on his back, crying for food. He could neither turn over nor sit up. He could not speak or smile.

Thời ấy thường có giặc từ phương Bắc tràn xuống quấy phá nước ta. Vua Hùng Vương nhiều lần đưa quân ra nghênh chiến nhưng đều bị thất trận. Vua lo lắng sai sú giả đi khắp nước tìm người tài. Nghe tiếng rao của sú giả, bà mẹ Gióng đang ru con, bèn nói đùa:

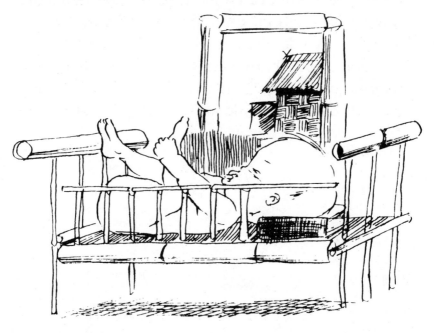

At that time, our country was repeatedly attacked by the enemy from the North. King Hung-Vuong led the defense, but he was always defeated, and so he grew worried. He sent a messenger to look all over the country for a talented fighter. The mother was lulling Giong to sleep when she heard the royal messenger's voice.

- Con ơi! Con của mẹ chậm đi chậm nói thì đến bao giờ mới đánh giặc giúp nước được.

Nghe mẹ than, Gióng tự nhiên bật lên tiếng:

- Mẹ gọi sứ giả vào đây cho con!

Nói xong, Gióng lại im bặt. Bà mẹ vừa mừng vừa lo, nhưng cũng ra mời sứ giả vào nhà.

Thấy đứa nhỏ còn nằm trên võng, sứ giả nhà vua cười hỏi:

- Mày là đứa bé mới lên ba mà định mời tao đến để làm gì?

★ ★ ★

"Dear son," she said jokingly. *"You are so slow in walking and talking. When can you join the army to fight?"*

Suddenly Giong spoke!

"Call the messenger in for me, mother!"

Then he was silent again. In a mixed state of hope and anxiety, Giong's mother went out to invite the royal envoy in.

Seeing a baby lying in a hammock, the envoy asked him with a smile:

"Why do you want to see me? You're only three years old."

49

Gióng trả lời giọng chững chạc:

- Hãy về xin vua rèn cho ta một con ngựa sắt, một áo giáp, một thanh gươm sắt và một nón sắt! Ta sẽ đánh đuổi giặc để nhà ngươi coi.

Sứ giả lập tức về tâu vua. Cho là thần nhân xuất hiện, vua Hùng Vương ra lệnh gom góp tất cả số sắt có trong nước lại, đúc một con ngựa sắt và các thứ vũ khí cậu bé đòi hỏi. Vũ khí rèn xong, không một ai khiêng nổi. Nhà vua phải dùng hàng ngàn quân sĩ chở đến cho Gióng.

★ ★ ★

Giong answered in a serious manner:

"Go tell the King to forge for me an iron-horse, an armor-plate, a sword and a helmet, and you will see how I fight."

The messenger went back to the royal palace and told the story to the King. Believing this was a God-sent hero, King Hung-Vuong had all the iron available in the country collected and forged it into a huge horse and the weapons which Giong had requested. The weapons were too heavy for anybody to move. The King then ordered thousands of his troops to carry them to Giong.

Nghe quân sĩ khiêng ngựa và vũ khí tới, Gióng ngồi dậy nói với mẹ:

Nấu cơm cho con ăn đi!

★ ★ ★

As the royal troops approached, Giong sat up and said to his mother:

"Cook rice for me, please!"

Bà mẹ vội vàng lấy gạo ra nấu. Nấu được nồi cơm nào, Gióng ngốn hết nồi cơm ấy. Hết gạo bà mẹ phải cầu cứu tới hàng xóm. Mọi người thi nhau đem gạo, bánh hoa quả đến. Lương thực đưa tới bao nhiêu, Gióng cũng ăn hết. Ăn không ngừng nghỉ. Thân thể Gióng lớn lên trông thấy. Quần áo nứt toạc ra hết. Dân làng phải mang vải tới may quần áo mới cho Gióng mặc.

Quân sĩ hì hục khiêng ngựa vừa tới nơi, Gióng bước ra khỏi nhà, vươn vai một cái, người bỗng cao to sừng sững. Gióng hét lên một tiếng vang như sấm:

- Ta là tướng nhà Trời.

★ ★ ★

She hurriedly did as he asked. He started eating and he ate until all the rice in the house was gone. His mother then asked for help from her neighbours. They brought rice, bread, food... The more food they brought, the more he ate. He kept eating until nothing was left. The food made him grow so fast that his clothes burst, and the villagers had to make new ones for him.

No sooner had the royal troops arrived with the iron-horse than Giong stepped out of his house, stretched himself and became incredibly big and tall. Giong let out a shout like the roll of thunder:

"I am a God-appointed general."

Rồi khoác áo giáp, đội nón sắt, cầm gươm sắt nhảy lên lưng ngựa. Ngựa sắt bỗng chồm lên rồi phi như bay về phía giặc. Lưỡi gươm của Gióng vung lên sáng loáng như chớp giật. Đầu quân giặc rơi rụng như sung. Đồng thời ngựa phun ra từng luồng lửa đỏ rực thiêu cháy đồn giặc và cả khu rừng quanh đó. Tướng giặc thấy vậy hoảng sợ chạy trốn. Gióng thúc ngựa đuổi theo. Gươm sắt bị gẫy. Gióng thuận tay nhổ những bụi tre hai bên đường quật tới tấp vào đám tàn quân. Trừ xong nạn nước, Gióng đã đem lại trật tự và an ninh cho xứ sở. Đến chân núi Sóc Sơn, Gióng cởi bỏ áo giáp và nón sắt lại rồi thúc ngựa bay thẳng lên trời.

★ ★ ★

He put on the armor and helmet, took the sword and jumped on the iron-horse. The horse became alive and galloped towards the enemy. The sword in his hand flashed like lightning, killing a great number of the enemy. The iron-horse spouted red flames, burning the enemy's barracks and the neighboring forest. Frightened at the sight, the enemy general ordered his troops to retreat. Giong followed them. When his sword broke, he uprooted clumps of bamboo-trees growing on both sides of the road and tossed them at the fleeing troops. After he had restored peace and order to the country, Giong went to the mount of Soc Son, took off his armor and helmet, and flew his horse up to Heaven.

BÓNG NGƯỜI TRÊN CUNG TRĂNG

Ngày xưa có một anh chàng chăn trâu tên là Cuội. Nhà nghèo, Cuội phải làm việc cực nhọc ngày đêm mới đủ ăn. Ban ngày Cuội dắt trâu ra đồng gặm cỏ. Chiều về, Cuội còn phải vào rừng đốn củi.

Một hôm đang đi trong rừng, Cuội gặp một con cọp con nằm ngủ trong bụi rậm. Nó vừa bế chú cọp con lên, định bụng đem về nhà nuôi thì nghe tiếng gầm vang dội cả khu rừng. Đó là tiếng cọp mẹ đi tìm con.

★ ★ ★

A SHADOW ON THE MOON

Once upon a time, there was a buffalo-boy named Cuoi. Since he was poor, he had to work hard day and night for his living. In the morning he took his buffalo to the fields for grazing. In the afternoon he went into a forest to cut wood.

One day he met a baby tiger sleeping under a bush in the forest. He took the young animal in his arms, ready to carry it home, when he heard a growl nearby. It was the mother tiger calling for her baby.

Cuội hoảng sợ ném cọp con xuống đất rồi trèo lên một cây lớn gần đó để núp. Cọp con bị vất xuống mạnh quá vỡ sọ chết ngay tại chỗ. Cọp mẹ tìm thấy con đã bị chết, vội nhảy ra bờ suối bứt một ít lá cây, nhai nhỏ, dịt vào vết thương trên đầu con mình. Cọp con bỗng tỉnh lại rồi chạy nhảy như thường. Sau đó mẹ con cọp dẫn nhau đi. Từ trên cây quan sát, Cuội hầu như không tin được những gì mắt thấy.

★ ★ ★

In a moment of fright, Cuoi dropped the animal to the ground and quickly climbed up a tall tree nearby to hide. The young tiger died instantly from the fall. When the mother found her baby dead, she ran to a brook, picked some leaves growing there, chewed them up and put them on the baby's injured head. Miraculously, the young animal revived and began to play around as usual. Then they both went away. Watching from the tree, Cuoi could not believe his eyes.

Đợi cho cọp đi khuất hẳn, Cuội mới từ trên cây tụt xuống, rón rén tới bên bờ suối tìm hiểu sự việc. Thấy một cây mọc tươi tốt dưới nước, hắn liền nhổ đem về trồng ngay trước nhà và đặt tên là cây đa. Biết là một cây thần có phép cải tử hoàn sinh, nên mỗi khi vào rừng đốn củi Cuội đều dặn vợ ở nhà lo săn sóc cây đa và nhất là phải nhớ tưới cây bằng nước sạch vì thứ cây quí này rất sợ nước nhơ.

★ ★ ★

After the tigress and her young one were out of sight, Cuoi got down from the tree and ran to the brook to find out what was there. Seeing a green tree growing in the water, he carried it home and planted it in front of his house. He knew that this was a magic tree which could restore life. After that, before he went to the forest to cut trees, he always reminded his wife to take good care of the tree. She was always to water it with clean water, because such a precious tree could not be exposed to anything dirty.

Một hôm, vợ Cuội mải mê công việc nhà nên quên bẵng bổn phận chồng giao phó. Thấy chồng về tới ngõ mới sực nhớ tới cây đa ngoài sân. Nhưng muộn quá, không kịp đi múc nước, nàng bèn chạy tới "tè" đại vào gốc cây. Tức thì cây đa bắt đầu chuyển gốc rồi từ từ bay lên. Thấy vậy, sẵn có rìu trong tay, Cuội vội chạy theo bổ vào gốc cây cố kéo ghì lại nhưng sức người có hạn chống lại sao được sức thần. Cây đa cứ thẳng đường bay lên trời kéo chàng Cuội lên theo. Cây đa bay hoài, bay mãi tới tận cung trăng mới dừng lại.

★ ★ ★

One day his wife was so busy doing her daily chores that she forgot to water the tree before her husband returned. It was too late. Her husband was already at the entrance-gate. She then rushed out and urinated right on the tree. Immediately, the tree began to move and slowly rise to the sky. Cuoi ran after the tree, and with an ax ready in his hand, tried to chop at the tree to pull it back. But in vain! The tree kept rising, taking the ax and Cuoi with it. The tree did not stop until it hit the moon.

Những đêm trăng sáng, nhìn lên mặt trăng, người ta còn thấy bóng Cuội ngồi ở dưới gốc cây đa một mình.

★ ★ ★

Now on cloudless nights if you look up at the moon, you can still see there the shadow of a person sitting at the foot of a tree.